Hành trình qua vùng Nghệ thuật Hồi giáo

Journey through Islamic Art

Na'ima bint Robert & Diana Mayo

Touch the arrow with TalkingPEN to start

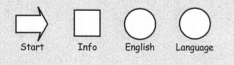

Start   Info   English   Language

MANTRA LINGUA

Tôi đã nghe những câu chuyện về thành Samarkand và thành Baghdad,
Về những người Moghul ở Ấn Độ và người Moor ở Tây Ba Nha.

I heard tales about the cities of Samarkand and Baghdad,
About the Moghuls in India and the Moors in Spain.

Tôi nằm những sợi tơ lịch sử trong tay và,
Với chúng, trí óc tôi đã dệt lên một tấm áo choàng bay:
Tấm áo choàng đã đưa tôi trên một chuyến du lịch tuyệt vời
Qua vùng nghệ thuật của thế giới Hồi giáo.

I gathered silken threads of history in my hands and,
With them, my mind wove a flying cloak:
A cloak that took me on an amazing voyage
Through the art of the Islamic world.

Tấm áo choàng của tôi đã đưa tôi đến thành phố cổ của Baghdad,
Là nơi của những ngôi nhà thờ Hồi giáo, khu tắm tập thể,
trường đua, và những lều rạp.

My cloak took me to the old city of Baghdad,
Home to mosques, public baths,
racetracks, and pavilions.

Là nơi của những lâu đài sa mạc chống xâm lăng,
Được trang trí với những bức tranh – vẽ trên tường
từ sàn đến trần nhà.
Nhà thờ hồi giáo lớn nhất trên thế giới
gọi Samarra là nhà của nhà thờ,
Tôi tưởng tượng là có tiếng gọi đi cầu nguyện
thấu tới tôi ở trong tầng mây.

Home to fortified desert castles,
Adorned with wall-paintings from floor to ceiling.
The largest mosque in the world called Samarra its home,
I imagined that the call to prayer reached me in the clouds.

Tấm áo choàng của tôi đã đưa tôi đến Hồi giáo Tây Ba Nha,
Nơi phương Đông gặp phương Tây.
Tôi lướt qua những nhà khoa học, những nhà phát minh
và những nhà thiên văn cung đình,
Đang thử nghiệm những giới hạn của tri thức loài người.

My cloak took me to Muslim Spain,
Where the East met the West.
I passed scientists, inventors and court astronomers,
Testing the limits of human knowledge.

Ở đó, tôi đã đi lang thang qua những mạnh sân nhỏ
được trang hoàng lộng lẫy,
Qua những vòi phun nước và khu vườn tỏa mùi thơm.

There, I wandered through ornamental courtyards,
Past fountains and scented gardens.

Di sản nghệ thuật của Hồi giáo
và Tây Ba Nha đan xen tạo ra
cung điện Al Hambra và
nhà thờ hồi giáo Cordoba.
Những mái vòm, đồ khảm
mỹ thuật và những lối đi có mái
vòm chào đón đôi mắt háo
hức say mê của tôi.

The artistic heritage
of Islam and Spain
Fused to create the
Al Hambra palace and
the great mosque of
Cordoba.
Domes, mosaics and
archways greeted my
eager eyes.

Tấm áo choàng của
tôi đã đưa tôi đến
Seljuk Thổ Nhĩ Kỳ,
Là nơi trang trí khắc gỗ làm tăng thêm
vẻ đẹp cho những khung cửa
và những bục giảng kinh.
Nghệ thuật sắp xếp những viên đá lát đã đạt
đến sự tuyệt đỉnh và những thảm dệt màu sáng
được trải trên sàn của nhà thờ hồi giáo.
Tôi mơ tưởng tôi cảm thấy kết cấu cách dệt của
chúng dưới những ngón tay của tôi.

My cloak took me to Seljuk Turkey,
Where ornate woodcarvings graced doors and pulpits.
The art of setting tiles reached near perfection
And bright woven carpets covered the mosques' floors.
I fancied I felt their textures beneath my fingers.

Tấm áo choàng của tôi
đưa tôi đến thành Samarkand
của 'ông què' Timur
Nơi những người thợ từ khắp nơi
trên thế giới được tập hợp lại.

My cloak took me to the Samarkand
of Timur 'the Lame'
Where artisans from around the world
were gathered.

Những người thợ đẽo đá từ Ấn Độ,
những người viết chữ đẹp từ Ba Tư,

*Stonemasons from India,
calligraphers from Persia,*

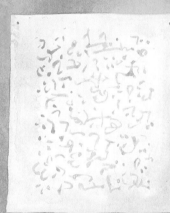

Những người thợ bạc từ Thổ Nhĩ Kỳ và
những người thợ dệt lụa từ Damascus.

Silversmiths from Turkey and
silk-weavers from Damascus.

Tất cả bị đưa về như những người bị giam cầm,
để làm đẹp thành phố của ông ấy,
Trong khi cung điện của ông ấy là lều – cả cuộc đời là dân du cư.

...ll brought back as captives, to beautify his city,

...hile his palace was a tent – a nomad to the end.

Tấm áo choàng của tôi đã đưa tôi đến những đường phố của Agra,
Nơi những tin đồn về Taj Mahal ồn ào đầy chợ.

My cloak took me to the streets of Agra,
Where rumours of the Taj Mahal filled buzzing bazaars.

Một lăng đã được xây lên theo lời hứa với người sắp qua đời,
Vỏ ngoài đá cẩm thạch trắng của nó
Tỏa sáng lung linh trong ánh sáng.

A building born from a deathbed promise,
Its garment of white marble
Shimmered in the light.

المشرق

Những chữ khắc đẹp được lấy từ
kinh hồi giáo Qur'aan,
Những trang trí hoa văn và những kiểu
thiết kế hình học tất cả đều hài hòa
Và những nhà thơ đặt tên cho
nó là 'mặt sáng đầu hôm'.
Tôi ước vẻ đẹp của nó có thể làm vẻ vang
người sống và không che lấp người chết.

صباح الفجر

calligraphic inscriptions from the Qur'aan,
Floral arabesques and geometric designs
all harmonised
And the poets named her 'Dawn's bright face'.
I wished its beauty could grace the living
and not enshroud the dead.

Cuộc du hành này là một giấc mơ,
Là sự tưởng tượng của trẻ con,
Tôi hy vọng là chuyện này
sẽ dệt lên tấm áo choàng của bạn
Và bạn cũng sẽ đến được đó.

This voyage was a dream - a child's fantasy,
Though all its destinations are true.
I hope that your cloak will be spun by this tale
And that you will go there too.

Here are some explanations to help you enjoy the story:

Samarra

In the 9th century, after the foundation of Baghdad, the Caliph (ruler) moved his capital to the splendid city of Samarra. The Great Mosque was once the largest mosque in the Islamic world and rises to a height of 52 meters.

Islamic Spain was established in the 8th century by Muslims from North Africa who were known as Moors. For over three hundred years, Muslims, Christians and Jews lived together in a Golden Age when learning, art and culture flourished.

Seljuk Turkey was one of the eras in Islamic history. The Seljuks were Muslim rulers who took control of Persia and Turkey. Seljuk Turkey became the centre of excellence in weaving, ceramic painting and wood carving.

Born in the 14th century, **Timur 'the Lame'**, also known as Tamerlane, was a fierce and determined Mongol warrior who loved art. Whenever his armies invaded foreign cities, he would take care to protect the artisans and take them back to beautify his city, Samarkand.

The **Taj Mahal** was a monument built by the Mughal Emperor Shah Jahan in 1631 as a tribute to his loving wife Mumtaz Mahal. Legend says that she made him promise to build her a mausoleum more beautiful than any the world had ever seen.

Arabesque is an art form originally from Asia Minor. It was later adapted by Muslim artisans into a highly formalised form of intertwined flowers and plants.

The Qur'aan, the Muslim holy book, was revealed to the Prophet Muhammad (pbuh) by the Angel Gabriel. Its verses are often inscribed in beautiful patterns by calligraphers.

First published in 2005 by Mantra Lingua Ltd.
Global House, 303 Ballards Lane, London N12 8NP
www.mantralingua.com

7298 1367 5/18

A CIP record for this book is available from the British Library